Tulika

सबरीचे रंग

कथा रिनचिन

चित्रे शैलजा जैन

अनुवाद वसुधा आंबिये

सबरी राहते ते छोटंसं गाव खूप दूर आहे. इतकं दूर की रोज शाळेत जाताना तिला आणि तिच्या मैत्रिणींना तीन छोट्या टेकड्या आणि लहानसा झरा पार करावा लागतो. आता तर पावसाचे दिवस आहेत, त्यामुळे हिरव्यागार टेकडीच्या उतरणीची वाट निसरडी झाली आहे. सबरी जपून पण भरभर पुढे जाते.

बाकीचा घोळका मागून रेंगाळत येत असतो. झऱ्यापाशी पोहचल्यावर शंकर आणि मगन पाण्यात उड्या मारून सर्वांना भिजवून टाकणार हे तिला माहीत आहे; मग ते चुकवण्यासाठी पळापळ होईल सर्वांची. तिला मात्र भिजायचं नाही. तिच्या पिशवीत एक गंमत आहे म्हणूनच ती जपून चालतेय. तिने काढलेली तीन छानशी चित्रं आहेत पिशवीत.

सबरीला चित्रं काढायला आवडतात. सारवलेल्या जमिनीवर ती नेहमी खडूने चित्रं काढते. कागद-पेन्सिली खूपच महाग असतात ना, त्यामुळे सबरी पाटीवर किंवा जमिनीवर चित्रं काढूनच आपली आवड पुरी करते. कधी कधी, बहिणींच्या जुन्या वह्यांमधल्या कागदांवर आपल्या एकुलत्या एक पेन्सिलीने ती मन लावून चित्रं काढते. तिच्या जगातल्या सगळ्या गोष्टी या चित्रांमध्ये असतात.

एका चित्रात बोकड आणि
कोंबडीची पिल्लं दिसतात.

एका चित्रात तिची आयटी, बाबा
आणि रांगणारी छकुली दिसते.

छोट्या टेकडीमागून उगवणारा सूर्य आणि
निंबाच्या झाडावर चढून त्याच्याकडे
पाहणारी बेल असंही एक चित्र तिने
काढलं आहे.

एक दिवस मात्र काही तरी नवीनच घडतं. शाळेतल्या गुरूजींकडे असलेल्या रंगांच्या मोठ्या पेन्सिली सबरी पाहते. त्यांच्याकडे रंगांच्या बाटल्याही असतात. शाळेची पाहणी होणार असते म्हणून सगळे गुरुजी तक्ते तयार करत असतात.

सगळी मुलं गुरुजींभोवती गोळा होतात. रंगांकडे अधाशीपणे पहात राहतात पण त्यांना फार वेळ रंग वापरता येत नाहीत. त्या लांब-सडक पेन्सिलींचा स्पर्श सबरी आठवत राहते. किती पटकन रंग येतात त्यातून. गुरुजींनी किती लगेच मागितले रंग! गाभुळेलेली चिंच कोणीतरी चाखायला दिली आणि लगेच काढून घेतली तर कसं वाटेल? चिंचेची हवीहवीशी आंबट चव आठवून तोंडाला सारखं पाणी सुटेल ना, तसंच वाटतं सबरीला. रंगांच्या पेन्सिली पकडण्यासाठी तिची बोटं शिवशिवत राहतात.

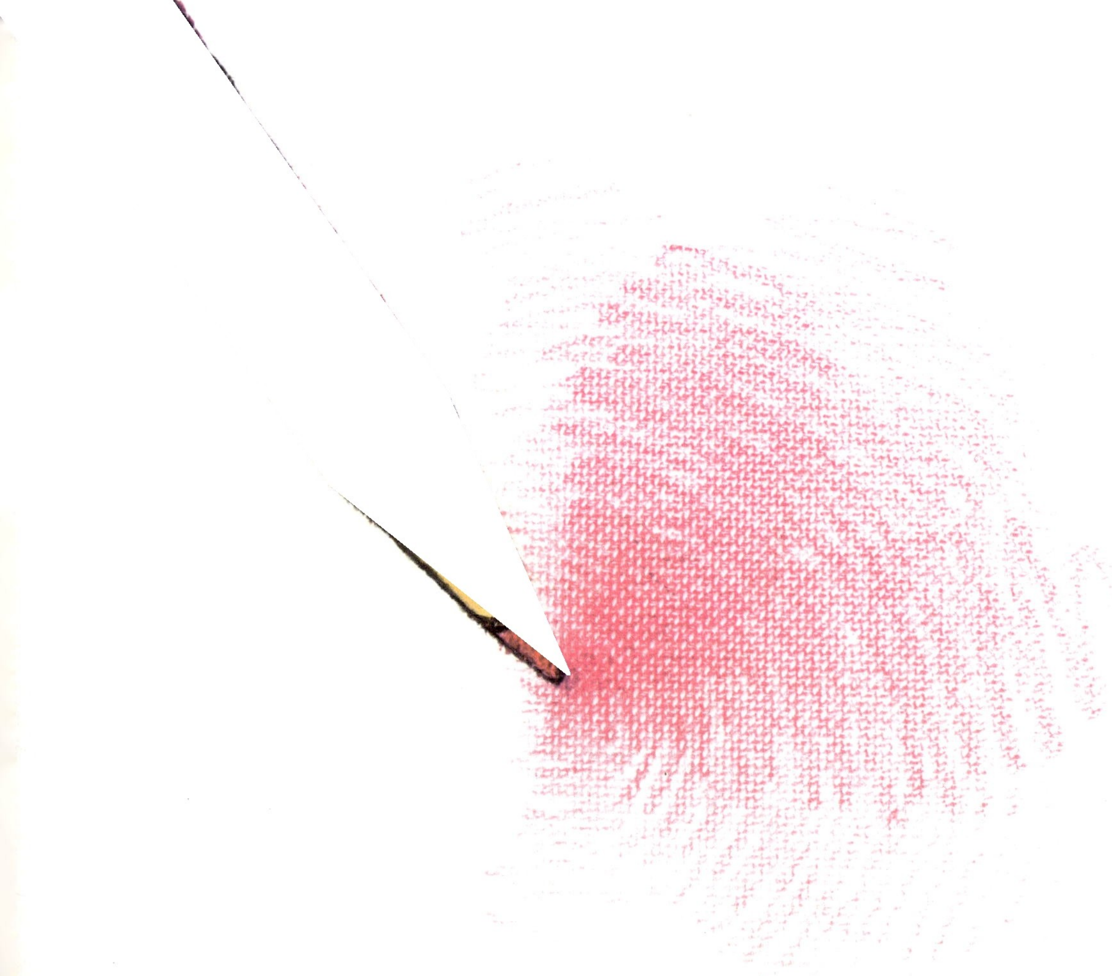

बाटलीतले ते रंगसुद्धा आठवत राहतात! फक्त गुरुजींनीच वापरले ते – भिंतीवरच्या मोठ्या चित्रासाठी! बाळा गुरुजींनी बेलीचं चित्र काढलं होतं. बेलीच्या चित्रांवर त्यांनी ब्रशने रंग पसरला.

त्या रंगामुळे फुलं अगदी खरी वाटायला लागली. पाऊस पडून गेल्यावर दिसतात ना, तशी. सुकलेली बेल परत तरारते आणि लाल फुलांचे गुच्छ उमलतात तसंच वाटलं अगदी.

या मोठ्या चित्राच्या एका बाजूला, वेगवेगळ्या विषयात पहिल्या आलेल्या विद्यार्थ्यांची नावं लिहिली होती. सबरीचं नाव तिथे नव्हतं. त्यांनी सबरीला बेल आणि बेलीची फुलं काढू दिली असती तर तिथे तिचीही हजेरी लागली असती...

त्यानंतर मात्र, कुठलंही चित्र काढलं की ते रंगवावं असं सबरीला वाटू लागलं. दिसेल त्या गोष्टीचं चित्र ती काढायची. हिरवी झाडं, सुकलेलं पिवळसर गवत, अगदी सकाळी दिसणारं केशरी आकाश.....पण रंगच नव्हते तिच्याकडे तर चित्रात तरी कसे दिसणार?

अवतीभवती रंगच रंग होते. जांभळा, गुलाबी, हिरवा, आईच्या ओढण्यांचे तर कितीतरी रंग होते. बाहेर जाताना बाबा डोक्याला नाहीतर गळ्याभोवती गमछा गुंडाळायचे; कधी निळा, कधी गुलाबी किंवा पिवळा. तिच्या बहिणी बारीक मण्यांच्या माळा बनवायच्या, त्या मण्यांचे चकाकते रंग..... एवढंच नाही तर कोंबड्यासुद्धा किती वेगवेगळ्या रंगांच्या होत्या! इतके सगळे रंग...... कसे आणायचे कागदावर? चित्रं उठून कशी दिसतील?

गमछा म्हणजे पातळ, सुती पंचा.

काल संध्याकाळी शाळेतून घरी येताना त्यांनी एक मोर नाचताना पाहिला. आता फारशी झाडं उरलेली नाहीत त्यामुळे फारसे मोरही नाचताना दिसत नाहीत. मोराला पाहून सगळीच मुलं थबकली. झाडांच्या आणि गवताच्या हिरव्यागार रंगापुढे, गर्द निळा पिसारा फुलवून उभा असलेला तो मोर झगमगत्या मण्यासारखा दिसत होता.

सबरीला त्याचं चित्र काढायचं होतं. तो मोर आणि त्याचे चकाकते रंग कागदावर उतरवायचे होते-कायम पहाण्यासाठी!

शंकरने विचारलं, "का? कधीही दिसेल की मोर! म्हणजे अगदी नेहमी नाही पण बऱ्याच वेळा... आणि एक सांगू? मोर पहावासा वाटला की नुसते डोळे मिट आणि त्याची आठवण कर. मी असंच करतो नेहमी!" त्याने डोळे मिटले आणि नाटकात बोलतात तसं तो बोलायला लागला, "पहा, आता दिसतोय मला तो मोर. त्याचा निळा-रूपेरी रंग, निळ्या रंगाच्या केवढ्या छटा दिसताहेत. आणि तो काय सांगतो माहिती आहे?..... सबरी, माझं चिऽऽत्रऽऽ काऽढऽ राबरी साबरी नाहीतर मी नाहीसा होईन.....!"

शंकरने बोलता बोलता एक पाऊल वर उचललं आणि दोन्ही हात पंखासारखे पसरले. खरं तर एखाद्या ओबडधोबड गिधाडासारखा दिसत होता तो. त्या सुंदर मोराची सर कुठची येणार.... सबरीने वैतागून पाय आपटला आणि त्याला ढकललं. पण तो कोलांटी उडी मारून उठला आणि हसत सुटला आवाज उंचावून नाटकीपणे, "माझं चिऽत्रऽ काऽढऽ राबरी साबरी," असं म्हणून चिडवत राहिला.

सबरीला रडू आलं. तिला अगदी मनापासून चित्र काढायचं होतं आणि त्यात रंग भरायचे होते पण ह्या विदूषकाला कसं समजणार हे? डोळे मिटून हव्या त्या रंगाची आठवण करणं, किंवा चेष्टा करून सगळ्या गोष्टी हसण्यावारी नेणं हेच त्याचं कसब, त्याला मिळालेली खास भेट होती आणि तिचं कसब – तिची खास भेट म्हणजे चित्रं काढणं. तिला त्याशिवाय चैनच पडत नसे. आताशा तर, आपण पटकन चित्र काढलं नाही तर समोरच्या वस्तू नाहीशाच होतील असं वाटायचं तिला. चित्रं काढताना जितकी मजा वाटायची तशी वाचताना, लिहिताना कधीच वाटली नाही. चित्रांचं वेड होतंच आणि आता हे नवीन वेड-रंगांचं..... काय बरं करावं? सबरी ह्याच विचारात होती.

रंग हातात येण्यापूर्वीच आपली चित्रं खराब झाली तर... सबरीला काळजी वाटत होती.

छकुलीचा बरबटलेला हात चित्रांवर पडला तर?

किंवा चित्रावर काही तरी सांडलं, किंवा ती बोकडाच्या किंवा कोंबड्यांच्या तावडीत सापडली तर...

म्हणूनच आज तिने चित्रं शाळेत आणली. सगळी चित्रं नीट निरखून, त्यातली सर्वांत आवडती तीन चित्रं तिने निवडली. बाळा गुरुजींनी रंग द्यावे म्हणून ती किती वेळा चित्रांबद्दल त्यांच्याशी बोलली होती. बाळा गुरुजींना आपली चित्रं आवडतात हे तिला माहीत होतं. पुष्कळ पानं दाखवायची असली तर खडू तिरका धरून कसं रंगवायचं हे त्यांनीच तर शिकवलं तिला.

बाळा गुरुजींनी कालच तिला सांगितलं होतं की रंग मिळतील पण ते फक्त शाळेतच वापरायचे; त्यासाठी त्यांनासुद्धा हेड गुरुजींची परवानगी घ्यावी लागत असे. शाळेतल्या काही छान छान वस्तू ज्या कपाटात असायच्या त्या कपाटाची किल्ली हेड गुरुजींपाशीच होती.

सबरीला ते कपाट एखद्या जंगलासारखंच वाटायचं... सगळा खजिना होता त्यात पण सहज काहीच मिळायचं नाही हातात. एकदा गावसभेत तिचे बाबा म्हणाले होते, "राखीव जागा कसली? आपल्याला जंगलात जायला बंदी का करतात ते? जंगल म्हणजे आपला प्राण आहे! आपण कधीच जंगलाची हानी करत नाही." सबरीला ते कपाट आणि रंग या दोन्ही गोष्टींबद्दल असदी तस्संच वाटत होतं. तिला कपाटाला हात लावायची परवानगी का नाही? का म्हणून असं करतात हे लोक? शाळेत गेल्या गेल्याच आधी ती बाळा गुरुजींकडे गेली; पण बाळा गुरुजींनी तिला एक वाईट बातमी दिली.

हेड गुरुजी शाळेत नव्हते. सरकारच्या गैर कारभाराविरुद्ध चळवळ करण्याविषयीच्या बातम्या बऱ्याच दिवसांपासून येत होत्या. आता मात्र खरोखरच ही चळवळ सुरू झाली होती.

बाळा गुरुजी म्हणाले, "सरकार आपल्या मागण्या मान्य करायला बरेच दिवस घेणार! परिस्थिती गंभीर आहे, पण काही झालं तरी सरकारला आपल्या मागण्या मान्य कराव्याच लागतील."

कपाटाची चावी तर हेड गुरुजींकडेच राहिली. बाळा गुरुजी म्हणाले, "सबरी चुकलंच जरा. आता रंगांसाठी तुला वाट पहावी लागणार." सबरीची खूप निराशा झाली. पण काय करणार.....?

मधल्या सुट्टीत इतर सगळी मुलं खेळायला गेली तेव्हा ती एकटीच झाडाखाली बसून राहिली. पाण्याने भरलेल्या तिच्या डोळ्यांवर प्रकाशाची तिरीप पडली तसे तिला अनेक रंग दिसू लागले. रंगांचं ते इंद्रधनुष्य डोळ्यांत पकडून ती बराच वेळ हातातल्या चित्रांकडे टक लावून पहात राहिली. रंगांसाठी किती वाट पहायची? रंग कधी तरी मिळतील ना?

कोणी सांगावं? सरकार लोकांचं ऐकेलही, मग हेड गुरुजी लगेच परत येतील; किंवा आपणच रंग बनवले तर? आयटीकडची मिरची, हळद आणि थोडा चुना, बाबांच्या पेनातली निळी शाई आणि पानं कुटून-वाटून हिरवा रंग मिळवायचा, पण हे रंग गुळगुळीत नाही होणार.....जाडेभरडेच राहतील.....पण काही तरी युक्ती करता येईल!

अईऽऽऽ! मानेला गुदगुल्या कोण करतय? जोरात मान झटकून ती वळली. दुसरं कोण असणार-मगन आणि शंकर! मेलेला कोळी एका दोरीला बांधून तिच्यापुढे नाचवत होते. तिला घाबरवण्याचा प्रयत्न करत होते. असाच दंगा करतात नेहमी! सबरीने थोडं गवत उपटलं, थोडी माती घेतली आणि त्यांच्या अंगावर फेकली.

“पऽकऽडलीऽऽ........रा

त्यांनी सुद्धा तिच्या अंगावर गवत फेकलं आणि तिची पिशवी घेऊन दोघही धावत सुटले. भरारणाऱ्या वाऱ्याबरोबर त्यांच्या खोडकर आरोळ्या ऐकू येत होत्या...

ऽरीऽऽ....साऽबऽरीऽऽ!”

“पऽकऽडलीऽऽ........राऽबऽरीऽऽ....साऽबऽरीऽऽ!”

ती पटकन उठली आणि त्यांच्यामागे धावत गेली. तिच्या डोळ्यातली आसवं आता पार नाहीशी झाली होती.

शब्दपक्षी पुस्तके: शब्दपक्षी पुस्तकांमधून वेगवेगळ्या प्रदेशांमधल्या पारंपरिक आणि समकालीन कथा प्रकाशित केल्या जातात. परभाषांमधील अपरिचित शब्दांच्या स्पष्टीकरणासाठी नेमक्या जागी शब्दपक्षी हजर होतात. त्यामुळे वाचकांची बहुसांस्कृतिक, बहुभाषिक शब्दांशी ओळख होऊन शब्दसंग्रहात भर पडते.

Sabrichey Rang (Marathi)

ISBN 978-81-8146-660-0

First published in India, 2009
Reprinted in 2017

Originally in English

Published by
Tulika Publishers, 24/1 Ganapathy Colony Third Street, Teynampet, Chennai 600 018, India
email tulikabooks@vsnl.com *website* www.tulikabooks.com

Printed and bound by
the ind-com press, No. 70, Thyagaraya Road, T.Nagar, Chennai 600 017, India